તાલુકા પંચાયતના સભ્યોની કામગીરી એક સમાજશાસ્ત્રીય અભ્યાસ

:: Author ::

Dr. Rakesh D. Bhedi

(M.A.,M.phil.,G-SET., Ph.D)

PUBLISHED BY

The New Era International Publishing House
HQ. At & Po. Chaveli., Ta- Chansma,
Dist- Patan, North Gujarat, India, Asia.
www.iphouseindia.com

First Publication: 12th March, 2015

Copyright: Author

(c) **Dr. Rakesh D. Bhedi**

ISBN:- 978-15-08949-82-4

Price: Rs.750/- INDIA

$ 15 OUTSIDE INDIA

PUBLISHED BY

**The New Era International Publishing House
HQ. At & Po. Chaveli., Ta- Chansma,
Dist- Patan, North Gujarat, India, Asia.
www.iphouseindia.com**

૧. પ્રસ્તાવના :

પ્રસ્તુત પ્રકરણમાં ગુજરાત રાજયના દાહોદ અને પંચમહાલ જિલ્લાની તાલુકા પંચાયતમાં ચૂંટાયેલા સભ્યોની કામગીરી અને સમસ્યાઓ પર છે. માટે સભ્ય તરીકે જે પુરુષ અને મહિલાઓ પ્રવેશ્યા છે, જેમાં તાલુકા પંચાયતમાં પ્રમુખ મુખ્ય અને તેની સાથે પંદર કે બાવીસ સભ્યોની બોડી હોય છે. આ બધા સાથે મળીને ગ્રામીણ વિસ્તારના વિકાસમાં પાયાની કામગીરી ભજવતાં હોય છે. સાથોસાથ તાલુકા પંચાયતની સફળતા માટે તેની આર્થિક સદ્ધરતા પંચાયતી રાજની અન્ય સંસ્થાઓ સાથેના આંતરસંબંધો તથા વહીવટી અને માનવીય સંબંધો જેવા તત્વો પણ લક્ષમાં રાખવા આવશ્યક છે. પ્રસ્તુત અભ્યાસના એક અગત્યના હેતુ મુજબ તાલુકા પંચાયતના સભ્યોની શું કામગીરી અને સમસ્યાઓ છે તે સમજવા માટે પ્રસ્તુત પ્રકરણમાં તાલુકા પંચાયતના ગ્રામીણ વિસ્તારનાં વિકાસ માટેના વિવિધ કાર્યોની અર્થઘટનાત્મક સમજૂતી મેળવવાનો પ્રયત્ન કર્યો છે.

તાલુકા પંચાયતમાં સભ્યપદ પ્રવેશની તરાહ :

તાલુકા પંચાયતમાં ચૂંટાવા માટે ઉત્તરદાતાઓને હરિફાઇમાંથી પસાર થવું પડે છે. અર્થાત ચૂંટણી લડવી પડે છે. કયારેક કેટલાક

ઉત્તરદાતાઓ બિનહરીફ તરીકે પણ ચૂંટાઇ આવતા હોય છે. જેની અસર સભ્યપદની સમગ્ર કાર્યશૈલી પર શું થાય છે તે જાણવું જરૂરી હોવાથી નીચેના કોષ્ટક દ્વારા તાલુકા પંચાયતમાં ચૂંટાવાની તરાહ જોવાનો પ્રયત્ન કર્યો છે.

સભ્યપદ પર ચૂંટાવાની તરાહ દર્શાવતું કોષ્ટક

અ.નં.	ચૂંટાવાની તરાહ	સંખ્યા	ટકા
૧.	ચૂંટણી લડીને	૨૩૮	૯૫.૨૦%
૨.	બિનહરીફ	૧૨	૪.૮૦%
	કુલ	૨૫૦	૧૦૦%

ઉપરોકત કોષ્ટક પરથી સ્પષ્ટ થાય છે કે અભ્યાસ હેઠળના વિશાળ (૯૫.૨૦%) ઉત્તરદાતાઓ ચૂંટણી લડીને તાલુકા પંચાયતમાં પ્રવેશેલા જણાયા હતા, જયારે ૪.૮૦% બિનહરીફ ચુંટાયેલા જણાયા હતા. જયોર્જ મેથ્યું (૧૯૯૪) પંચાયતીરાજ વ્યવસ્થામાં આંદોલન પર કર્ણાટક રાજયના સ્થાનિક પંચાયતો પરના અભ્યાસમાં (૮૬%) ઉત્તરદાતાઓ ચૂંટણી લડીને આવ્યા હતા. પંચાયતમાં નિયમિત ચુંટણી એ શાંતિપૂર્ણ ક્રાંતિ છે. તેઓએ ચૂંટણી એ લોકશાહી વ્યવસ્થામાં જન સહભાગીદારી અને રાજકીય જાગૃતિ માટે મહત્વપૂર્ણ છે તેમ નોધ્યું હતું. ઉપરોકત અભ્યાસના તારણ પ્રસ્તુત અભ્યાસના તારણને પ્રમાણિત કરે છે.

આ માહિતી પરથી કહી શકાય છે કે બહુમતી (૯૫.૨૦%) ઉત્તરદાતાઓ ચુંટણી લડીને તાલુકા પંચાયતમાં સભ્યપદ પ્રાપ્ત કર્યું છે. પરિણામે ચુંટણી લડવી એ રાજકીય જાગૃતિ ગણાય છે. એટલે સૈદ્ધાંતિક રીતે કહીએ તો ચુંટાઇને આવેલા સભ્યોમાં રાજકીય જાગૃતિ છે, તેમજ તાલુકા પંચાયતની કામગીરી સ્પર્ધાત્મક, પડકારરૂપ અને જવાબદારીપૂર્વક ભૂમિકા ભજવવી પડતી હશે તેવું સૂચિત થાય છે. પ્રસ્તુત અભ્યાસમાં અડધા સભ્યો આદિવાસી અનામત બેઠક પરથી ચુંટાયેલા જણાય છે. માટે આદિવાસી સમાજમાં ચુંટણી લડીને તાલુકા પંચાયતમાં પ્રવેશવું એ આદિવાસી જેવા પછાત સમુહમાં પણ લોકશાહીનો

વિકાસ સુચવે છે.

તાલુકા પંચાયતમાં સભ્યો કયો દરજ્જો ધરાવે છે :

તાલુકા પંચાયતમાં ઉત્તરદાતાઓ ચૂંટણી લડીને કે બિનહરીફ સભ્યપદ પ્રાપ્ત કરે છે. દરેક તાલુકા પંચાયતમાં અનેક હોદ્દાઓ હોય છે. આથી પ્રસ્તુત અભ્યાસ હેઠળના ઉત્તરદાતાઓ કયો હોદ્દો ધરાવે છે તે અંગેની માહિતી મેળવવાનો પ્રયાસ કર્યો છે.

અ.નં.	તાલુકા પંચાયતમાં સભ્યોનો હોદ્દો	સંખ્યા	ટકા
૧.	સામાન્ય સભ્ય	૧૫૦	૬૦.૦૦%
૨.	સમિતિના સભ્ય	૪૪	૧૭.૬૦%
૩.	સમિતિના ચેરમેન	૨૮	૧૧.૨૦%
૪.	ઉપપ્રમુખ	૧૬	૦૬.૪૦%
૫.	પ્રમુખ	૧૨	૦૪.૮૦%
	કુલ	૨૫૦	૧૦૦%

ઉપરોકત કોષ્ટક પરથી સ્પષ્ટ થાય છે કે બહુમતી (૬૦%) ઉત્તરદાતાઓ સામાન્ય સભ્ય તથા ૧૭.૬૦% ઉત્તરદાતાઓ સમિતિના સભ્ય તેમજ ૧૧.૨૦% સમિતિના ચેરમેન અને ૬.૪૦% ઉપપ્રમુખ તથા ૪.૮૦% ઉત્તરદાતાઓ પ્રમુખ જણાયા હતા.

આ આંકડાકીય માહિતી પરથી સ્પષ્ટ કહી શકાય કે બહુમતી ઉત્તરદાતાઓ સામાન્ય સભ્યપદ ધરાવતા જોવા મળે છે. કારણ કે ૭૩માં પંચાયતી રાજનાં બંધારણીય કાયદા અનુસાર દરેક તાલુકા પંચાયતમાં એક પ્રમુખ, એક ઉપપ્રમુખ, સમિતિના ચેરમેન તથા સમિતિના સભ્ય જેવા હોદ્દા રાખવામાં આવેલ છે.

સભ્યપદમાં જોડાવવા પાછળના મુખ્ય પરિબળો :

નવીન પંચાયતી રાજવ્યવસ્થામાં ચૂંટણીની વિશેષ ભૂમિકા જોવા મળે છે. અનામત પ્રથાને કારણે સમાજના તમામ વર્ગના લોકોને ચૂંટણીમાં ઉમેદવારી નોંધાવવાની તક મળી છે. પરંતુ જયાં અનામત બેઠક ઉપર ઉમેદવારે ચૂંટણી લડવાની હોય છે ત્યાં સામાન્ય રીતે પહેલેથી જ ઉમેદવારીની પસંદગી કરી લેવામાં આવતી હોય છે. તેવા સંજોગોમાં ઉત્તરદાતાઓ સ્વાભાવિક રીતે આ ક્ષેત્રમાં જોડાવાની ઈચ્છા, આકાંક્ષા ઓછી હોવાના કારણે તે પણ આ પ્રક્રિયાનો ભોગ બને છે. આ રીતે પ્રસ્તુત અભ્યાસ હેઠળનાં ઉત્તરદાતાઓ સભ્યપદમાં કેમ જોડાય છે, તેની પાછળ

કયા પરિબળો જવાબદાર છે તેની માહિતી નીચેના કોષ્ટકમાં આપવામાં આવી છે.

સભ્યપદમાં જોડાવવા પાછળના કારણો દર્શાવતું વર્ગીકરણ

અ.નં.	સભ્યપદમાં જોડાવાના કારણો	સંખ્યા	ટકા
૧.	કાયદો અને શિક્ષણ	૬૮	૨૭.૨૦%
૨.	કૌટુંબિક જૂથબળ	૬૭	૨૬.૮૦%
૩.	રાજકીય જૂથબળ	૩૩	૧૩.૨૦%
૪.	સ્વેચ્છાએ	૩૨	૧૨.૮૦%
૫.	જ્ઞાતિનું જૂથબળ	૨૭	૧૦.૮૦%
૬.	જાહેરજીવનમાં રસ	૨૩	૦૯.૨૦%
	કુલ	૨૫૦	૧૦૦%

એચ.એમ.ઢિલ્લન (૧૯૫૮) અગાઉ કરેલા દક્ષિણ ભારતીય ગ્રામોમાં નેતૃત્વ અને વર્ગ સંબંધી અભ્યાસમાં બહુમતી (૫૨%) પુરુષ સભ્યો કુટુંબનું જુથબળ, રાજકીય પક્ષોના સહકારથી પંચાયતમાં પ્રવેશેલા જણાયા હતા. તેઓ નોંધે છે કે પંચાયતમાં પ્રવેશવા માટે ત્રણ મુખ્ય પરિબળો જેવા કે પ્રથમ કુટુંબનું ઉચ્ચ સામાજિક સ્થાન અને બીજું કુટુંબનું આર્થિક સ્તર, ત્રીજું રાજકીય પક્ષો જવાબદાર જણાયા હતા. આ અભ્યાસના તારણો પ્રસ્તુત અભ્યાસના તારણને મળતા આવે છે.

તાલુકા પંચાયતના સભ્યોની કામગીરી એક સમાજશાસ્ત્રીય અભ્યાસ

ઉપરોકત સંખ્યાત્મક માહિતીના વિશ્લેષણથી કહી શકાય કે પ્રસ્તુત અભ્યાસના એક તૃતીયાંશ ઉત્તરદાતાઓ જ્ઞાતિના જુથબળ, કૌટુંબિક જુથબળના કારણે તાલુકા પંચાયતમાં વર્ગ અવરોધરૂપ બનશે. પરિણામે તેઓ અસરકારક કામગીરી કરવાની સંભાવના નહિવત હોવાનું સૂચિત કરે છે. પ્રસ્તુત અભ્યાસમાં કેટલાંક ઉત્તરદાતાઓ રાજકીય જુથબળના સહકારથી તાલુકા પંચાયતમાં સભ્ય તરીકે જોડાયા માટે રાજકીય પક્ષના નેતાઓ પંચાયતના મહત્વના નિર્ણયોમાં પોતાના પક્ષને ટેકો આપવાનું દબાણ કરતા હોવાથી પોતાના મતવિસ્તારના લોકોનો ઇચ્છિત વિકાસ થઇ શકતો નથી તેવું જણાયું હતું.

તાલુકા પંચાયતના સભ્યોની કામગીરીનો સમયગાળો :

અભ્યાસ હેઠળ ઉત્તરદાતાઓ કેટલા સમયથી આ પદ પર કામ કરે છે એટલે કે કામગીરીનો અનુભવ પણ તેમની સભ્યપદની કામગીરી ભજવવામાં એક અથવા બીજી રીતે અસર કરે છે. આથી પ્રસ્તુત અભ્યાસમાં આ બાબત વિશે જાણકારી મેળવવાનો પ્રયત્ન કરવામાં આવ્યો છે.

તાલુકા પંચાયતના સભ્યોની કામગીરીનો સમયગાળો દર્શાવતું કોષ્ટક

અ.નં.	સભ્યપદનો સમયગાળો	સંખ્યા	ટકા
૧.	૦ થી ૧ વર્ષ	૯૮	૩૯.૨૦%
૨.	૧ થી ૨ વર્ષ	૬૫	૨૬.૦૦%
૩.	૨ થી ૩ વર્ષ	૫૧	૨૦.૪૦%
૪.	૩ કે તેથી વધારે વર્ષ	૩૬	૧૪.૪૦%
	કુલ	૨૫૦	૧૦૦%

ઉપર્યુકત માહિતી પરથી ફલિત થાય છે કે ૩૯.૨૦% ઉત્તરદાતાઓ ૧ વર્ષ કે તેથી ઓછા સમયનો અનુભવ તથા ૨૬% ઉત્તરદાતાઓ ૧ થી ૨ વર્ષનો અનુભવ અને ૨૦.૪૦% ઉત્તરદાતાઓ ૨ થી ૩ વર્ષનો અનુભવ જયારે ૧૪.૪૦% ૩ કે તેથી વધારે વર્ષનો અનુભવ ધરાવતા જણાયા હતા. **બી.એચ.ભાર્ગવ (૧૯૭૯)** અગાઉ કરેલા સ્થાનિક પંચાયતોમાં નેતૃત્વ પરના અભ્યાસમાં અડધા ઉત્તરદાતાઓને પંચાયતની કામગીરીનો અનુભવ નથી તેવું નોંધે

છે. આ અભ્યાસના તારણો પ્રસ્તુત અભ્યાસના તારણને પ્રમાણિત કરે છે.

પ્રસ્તુત અભ્યાસ હેઠળના એક ચતુર્થાંશ સભ્યો ૨ વર્ષથી ઓછો અનુભવ ધરાવે છે. તેઓ પ્રથમવાર ચુંટણીમાં વિજેતા થઇને તાલુકા પંચાયતમાં પ્રવેશ્યા હતા. આવી પરિસ્થિતિમાં કામગીરીના સંદર્ભમાં તેમને તાલુકા પંચાયતના કાર્યનો ખૂબ ઓછો અનુભવ છે. જે બાબત

ભૂમિકા ભજવણીમાં ઓછી સફળતાની સૂચક બની રહેશે. જયારે કેટલાંક ઉત્તરદાતાઓ ૩ વર્ષ

તેથ વધુ વર્ષનો તાલુકા પંચાયતની વિવિધ કામગીરીનો વિશાળ અનુભવ પ્રાપ્ત

કે l થયેલ

છે પંચાયતની કામગીરી કરવામાં મહત્વપૂર્ણ રીતે સહાયક થશે તેવું સૂચિત થાય

. જે છે.

સભ્યપદ માટે ઉત્તરદાતાઓને રાજકીય પક્ષોનો ટેકો/સહકાર :

રાજકીય પક્ષો લોકશાહીનો આધાર છે. તેમના દ્વારા જ લોકશાહીનું સંચાલન થાય છે અને રાજકીય પક્ષો જ શાસન ઉપર નિયંત્રણ રાખે છે તથા તે નાગરિકોને રાજકીય શિક્ષણ આપે છે તેમજ તેમનું રાજકીય સામાજીકરણ કરે છે. સ્થાનિક સ્તરે પણ બધા સ્તરોની જેમ રાજકીય કામો કરવા, કરાવવા અને અનેક લોકો સુધી પોતાની પ્રતિષ્ઠા સ્થાપવા રાજકીય પક્ષોનો સહકાર ઉપયોગી બને છે. ઘણી વખત સ્થાનિક ક્ષેત્રે ઉમેદવાર વિવિધ રાજકીય પક્ષોના ટેકા અને સહકારથી સભ્યપદ પર ચૂંટાઇ આવતા હોય છે. આથી અભ્યાસ હેઠળનાં ઉત્તરદાતાઓ કયા કયા પક્ષના ટેકાથી સભ્યપદ પ્રાપ્ત કર્યું છે અને તે પક્ષની અસર તેઓની કામગીરી પર શું થાય છે ? તે સમજવાનો અહીં પ્રયાસ કર્યો છે.

ઉત્તરદાતાઓના સભ્યપદ માટે રાજકીય પક્ષોનો સહકાર દર્શાવતું વર્ગીકરણ

અ.નં.	રાજકીય પક્ષો	સંખ્યા	ટકા
૧.	ભાજપ	૧૫૭	૬૨.૮૦%
૨.	કોંગ્રેસ	૮૦	૩૨.૦૦%
૩.	અપક્ષ	૧૩	૫.૨૦%
	કુલ	૨૫૦	૧૦૦%

(૬૨.૮૦%) ઉત્તરદાતાઓ ભાજપ પક્ષના સહકારથી સભ્યપદ પ્રાપ્ત કર્યુ છે, જયારે ૩૨% ઉત્તરદાતાઓ કોંગ્રેસ પક્ષના સહકારથી તથા ૫.૨૦% ઉત્તરદાતાઓએ અપક્ષના સહકારથી સભ્યપદ પ્રાપ્ત કરેલ જણાયા હતા.

આ માહિતી પરથી કહી શકાય કે અભ્યાસ હેઠળનાં સમગ્ર સભ્યો કોઇ ને કોઇ રાજકીય પક્ષમાં જોડાયેલા છે. કારણ કે રાજકીય પક્ષો વિશિષ્ટ નીતિઓ અને કાર્યક્રમોનું પ્રતિનિધિત્વ કરે છે તેમજ રાજકીય પક્ષોના સંબંધમાં સભ્યોના પોતાના સ્વાર્થ અને હિતો પણ સંકળાયેલા છે.

ગ્રામીણ વિસ્તારમાં રાજકીય પક્ષોની ભૂમિકા જોઇએ તો તેમના માટે તાલુકા પંચાયત પોતાના પક્ષના સભ્યોને સત્તા

મેળવવાનું એક મહત્વપૂર્ણ માધ્યમ છે. ગ્રામીણ નેતૃત્વ કેન્દ્ર અને રાજય સરકારની ગ્રાન્ટની સહાયતા મેળવવા માટે સભ્યો રાજય સરકારના નેતૃત્વ પર આધાર રાખે છે. સરકારની આવી ગ્રાન્ટથી તાલુકા પંચાયતના સભ્યો તેમનો પ્રભાવ અને સત્તા વધારી શકે છે.

ઉત્તરદાતાઓના સભ્યપદ મેળવવા પાછળના મુખ્ય હેતુઓ :

સામાન્ય રીતે કોઈપણ વ્યકિત પંચાયતીરાજમાં પ્રવેશ કરે તે પહેલા અને જોડાયા પછી તેનામાં ઘણી આકાંક્ષાઓ હોય છે. કારણ કે પંચાયતી રાજમાં તે જોડાયા હોય ત્યારે સ્વાભાવિક

રીતે જ પોતાની ભૂમિકા ઘર પૂરતી મર્યાદિત છે, જયારે એજ વ્યકિત પંચાયતી રાજમાં કામ કરતા થાય છે ત્યારે તેને ઘર બહારના વાતાવરણનો અનુભવ થાય છે તેમજ અનેક વ્યકિતઓના સંપર્કમાં આવવાનું થતું હોય છે. લોકો સભ્યપદ મેળવનાર વ્યકિતને ઓળખતા થાય છે. પ્રસ્તુત અભ્યાસ ઉત્તરદાતાઓના સભ્યપદ મેળવવા પાછળના કયા કયા હેતુઓ છે તે વિશેની જાણકારી મેળવવાનો પ્રયાસ કર્યો છે.

ઉત્તરદાતાઓના સભ્યપદ બનવા પાછળના હેતુઓ વિશેની જાણકારી દર્શાવતું

વર્ગીકરણ

અ.નં.	સભ્યપદ મેળવવા પાછળના મુખ્યુ હેતુઓ	સંખ્યા	ટકા
૧.	પ્રતિષ્ઠા મેળવવાની ઇચ્છા	૯૨	૩૬.૮૦%
૨.	સેવા કરવાની ભાવના	૭૭	૩૦.૮૦%
૩.	પછાત વિસ્તારના વિકાસની ભાવના	૪૨	૧૬.૮૦%
૪.	પૈસા કમાવવાની ઇચ્છા	૩૯	૧૫.૬૦%
	કુલ	**૨૫૦**	**૧૦૦%**

ઉપર્યુકત કોષ્ટક પરથી સ્પષ્ટ થાય છે કે ૩૬.૮૦% ઉત્તરદાતાઓ પ્રતિષ્ઠા મેળવવાની ઇચ્છાથી, તેનાથી થોડા ઓછાં ૩૦.૮૦% ઉત્તરદાતાઓ સેવા કરવાની ભાવનાથી અને ૧૬.૮૦% ઉત્તરદાતાઓ પછાત વિસ્તારના વિકાસની ભાવના તથા

૧૫.૬૦% ઉત્તરદાતાઓ પૈસા કમાવવાની ઈચ્છાથી સભ્યપદ પ્રાપ્ત કરતા જણાયા હતા.

ઉપર્યુકત આંકડાકીય માહિતીના આધારે કહી શકાય કે અભ્યાસ હેઠળનાં અડધા ઉત્તરદાતાઓ સામાજિક પ્રતિષ્ઠા મેળવવાની ઈચ્છા ધરાવતા જણાયા હતા. તેઓના સભ્ય બનવાનો મુખ્ય ઉદ્ધેશ સામાજિક પ્રતિષ્ઠા હોવાથી સભ્ય તરીકેની પંચાયતની કામગીરી અવરોધરૂપ લાગે છે.

ઉત્તરદાતાઓ મીટીંગ કોને કહેવાય તે વિશેની જાણકારી ધરાવે છે :

તાલુકા પંચાયતમાં ઉત્તરદાતાઓ સભ્યપદ પ્રાપ્ત કર્યા બાદ પંચાયતમાં વહીવટ સંબંધિત કામગીરીની ચર્ચા કરવા માટે સામૂહિક રીતે ભાગ લેતા હોય છે. પરંતુ મીટીંગ કોને કહેવાય તે અંગેની જાણકારી ઉત્તરદાતાઓ ધરાવે છે કે કેમ ? તે અહીં જાણવાનો પ્રયાસ કર્યો છે.

ઉત્તરદાતાઓની મીટીંગ અંગેની જાણકારી દર્શાવતું વર્ગીકરણ

અ.નં.	મીટીંગ વિશેની જાણકારી	સંખ્યા	ટકા
૧.	હા	૧૫૪	૬૧.૬૦%
૨.	ના	૯૬	૩૮.૪૦%
	કુલ	**૨૫૦**	**૧૦૦%**

ઉપર્યુકત કોષ્ટકના વિશ્લેષણ પરથી જણાય છે કે અભ્યાસ હેઠળના બહુમતી (૬૧.૬૦%) ઉત્તરદાતાઓને મિટીંગ વિશેની જાણકારી ધરાવતા હતા, જયારે ૩૮.૪૦% ઉત્તરદાતાઓ મીટીંગ વિશેની જાણકારી ધરાવતા નથી. આજ બાબત **ગોપાલસિંહે (૨૦૦૨:૧૪૩:૫૨)** અગાઉ હરિયાણા રાજયના પંચાયતીરાજ સંસ્થાઓ નેતાઓની સામાજિક અને રાજકીય પાર્શ્વભૂમિકાના

અભ્યાસમાં બહુમતી (૫૩%) ઉત્તરદાતાઓ મીટીંગ વિશેની જાણકારી ધરાવતા હતા. ઉપરોકત અભ્યાસના તારણો પ્રસ્તુત અભ્યાસના તારણનું સમર્થન કરે છે.

ઉપરોકત માહિતી પરથી સ્પષ્ટ થાય છે કે મીટીંગની જાણકારીના સંદર્ભમાં આદિવાસી સભ્યોની પરિસ્થિતિ સંતોષજનક નહોતી. કારણ કે નિરક્ષરતા અને જાગૃત્તતાનો અભાવ તેમજ કૃષિ અને મજુરી કાર્યમાં વ્યસ્ત હોવાના કારણે મિટીંગ વિશેની જાણકારી ઓછી ધરાવતા જણાયા હતા

તાલુકા પંચાયતની મીટીંગમાં હાજરી :

પંચાયતીરાજ સંસ્થામાં હોદ્દો મેળવ્યા બાદ ઉત્તરદાતાઓને અવારનવાર તાલુકા પંચાયતમાં જવું પડે છે.

પંચાયતની મીટીંગમાં હાજરી દર્શાવતું વર્ગિકરણ

અ.નં.	પંચાયતની મીટીંગમાં હાજરી	સંખ્યા	ટકા
૧.	કયારેય હાજરી નહીં	૯૪	૩૭.૬૦%
૨.	કયારેક હાજર	૮૨	૩૨.૮૦%
૩.	નિયમિત હાજરી	૭૪	૨૯.૬૦%
	કુલ	૨૫૦	૧૦૦%

ઉપરોકત કોષ્ટક પરથી સ્પષ્ટ થાય છે કે અભ્યાસ હેઠળના (૩૭.૬૦%) ઉત્તરદાતાઓ કયારેય પંચાયતની મિટીંગમાં હાજરી આપતા નથી, જયારે ૩૨.૮૦% ઉત્તરદાતાઓ કયારેક હાજરી આપે છે અને ૨૯.૬૦% ઉત્તરદાતાઓ મિટીંગમાં નિયમિત હાજરી આપતા જણાયા હતા. **મનુભાસ્કુર (૨૦૦૦)** અગાઉ કરેલા સ્થાનિક રાજકારણ અને મહિલાઓ પરના અભ્યાસમાં અડધા (૫૦%) ઉત્તરદાતાઓ પંચાયતની મિટીંગમાં નિયમિત હાજરી આપતા નથી. આ અભ્યાસના તારણો પ્રસ્તુત અભ્યાસના તારણ સાથે મળતા આવે છે.

પ્રસ્તુત અભ્યાસ હેઠળના ૩૭.૬૦% ઉત્તરદાતાઓ ક્યારેય પંચાયતની મિટિંગમાં હાજરી આપતા નથી. તેમના જણાવ્યાનુસાર પોતે ખેતી, ખેતમજૂરી અને પશુપાલનના વ્યવસાય સાથે સંકળાયેલા હોવાથી મિટીંગમાં જવાનો સમય મળતો નથી. આવી પરિસ્થિતિ તેમની પંચાયતની કામગીરીમાં નિષ્ક્રિયતા સુચિત કરે છે, જયારે અભ્યાસ હેઠળના ૨૯% ઉત્તરદાતાઓ પંચાયતની મિટીંગમાં નિયમિત હાજર રહેતા હતા. કારણ કે તેઓ જાગૃત, રસ, ગ્રામીણ વિસ્તારનો વિકાસ કરવાની ભાવના વગેરે પરિબળોને લીધે તેઓ હાજર રહેતા હતા. પરિણામે તેઓ તાલુકા પંચાયતની કામગીરી અસરકારક રીતે ભજવતાં જણાયા હતા.

તાલુકા પંચાયતની વિવિધ પ્રવૃત્તિ કે કાર્યક્રમમાં હાજરી :

પંચાયતીરાજ સંસ્થામાં હોદ્દો મેળવ્યા બાદ ઉત્તરદાતાઓ તાલુકા પંચાયતની વિવિધ

પ્રવૃત્તિ કે કાર્યક્રમોમાં જવાનું હોય છે. આ પુરુષ અને મહિલા ઉત્તરદાતાઓ આવી પ્રવૃત્તિ કે કાર્યક્રમોમાં હાજરી આપે છે કેમ ? તે તપાસવું જરૂરી હોવાથી તેને તપાસવાનો પ્રયાસ કર્યો છે.

તાલુકા પંચાયતની વિવિધ પ્રવૃત્તિ કે કાર્યક્રમોમાં હાજરી દર્શાવતું વર્ગીકરણ

અ.નં.	પંચાયતની વિવિધ પ્રવૃત્તિ કે કાર્યક્રમોમાં હાજરી	સંખ્યા	ટકા
૧.	ના	૧૩૮	૫૫.૨૦%
૨.	હા	૧૧૨	૪૪.૮૦%
	કુલ	૨૫૦	૧૦૦%

ઉપર્યુકત કોષ્ટકના વિશ્લેષણ પરથી જણાય છે કે અભ્યાસ હેઠળનાં અડધાથી વધુ (૫૫.૨૦%) ઉત્તરદાતાઓ તાલુકા પંચાયતની પ્રવૃત્તિ કે કાર્યક્રમમાં હાજરી આપતા નથી. તેમના મતે સમયનો અભાવ હોવાથી અને પંચાયતને લગતી વિવિધ પ્રવૃત્તિ કે કાર્યક્રમ કયારેક તાલુકાથી દુર જિલ્લા સ્થળે રાખવામાં આવતા હોય છે ત્યારે આર્થિક ખર્ચ પણ થતો હોય છે. આવા પરિબળોને

કારણે તેઓ તાલુકા પંચાયતની વિવિધ પ્રવૃત્તિ કે કાર્યક્રમમાં હાજર રહેતા નથી.

જયારે અડધાથી થોડાં ઓછા ઉત્તરદાતાઓ પંચાયતની વિવિધ પ્રવૃત્તિ કે કાર્યક્રમોમાં હાજર રહેતા જણાય છે. આ ઉત્તરદાતાઓ શિક્ષિત, જિજ્ઞાસું, જાહેરજીવનમાં રસ હોવાથી પ્રવૃત્તિ કે કાર્યક્રમમાં ભાગ લે છે. આ અનુભવ તેમને ભવિષ્યમાં ઉપયોગી બની રહેશે તથા પોતાને મળેલી ભૂમિકા ભજવવામાં સહાયક પુરવાર થશે. આદિવાસી સમાજ જયાં નિરક્ષરતા, ગરીબી, રૂઢિચુસ્તતા વિશેષ છે ત્યાં ઉત્તરદાતાઓ આ નવી ભૂમિકા માટે જાગૃત બને તે એક નવીન ઘટના ગણાવી શકાય.

તાલીમ કે અન્ય પ્રશિક્ષણ શિબિરમાં હાજરી :

સામાન્ય રીતે પંચાયતીરાજ સંસ્થામાં ચૂંટાઇને આવેલા ઉત્તરદાતાઓને પોતાને મળતા દરજ્જા પ્રમાણેની ભૂમિકા ભજવવાની બાબતથી સાવ અજાણ હોય છે. આવા ઉત્તરદાતાઓમાં સભાનતા આવે, તાલુકા પંચાયતને લગતી કામગીરીને સમજી તેમાં સહભાગી બની સક્રિય ભૂમિકા ભજવી શકે તે હેતુથી પંચાયતીરાજ સંસ્થાઓ દ્વારા તાલીમ કે શિબિરોની વ્યવસ્થા કરવામાં આવે છે.

તાલીમ કે અન્ય પ્રશિક્ષણ શિબિરમાં હાજરી દર્શાવતું વર્ગીકરણ

અ.નં.	તાલીમ કે અન્ય પ્રશિક્ષણ શિબિરમાં હાજરી	સંખ્યા	ટકા
૧.	હા	૧૪૨	૫૬.૮૦%
૨.	ના	૧૦૮	૪૩.૨૦%
	કુલ	**૨૫૦**	**૧૦૦%**

ઉપરોકત માહિતી પરથી સ્પષ્ટ જણાઇ છે કે અભ્યાસ હેઠળના બહુમતી (૫૬%) ઉત્તરદાતાઓ તાલુકા પંચાયતને લગતી તાલીમ કે પ્રશિક્ષણ શિબિરમાં ભાગ લીધો છે. આજ બાબત **સુશીલુ કૌશિકે (૧૯૯૩)** અગાઉ કરેલા પંચાયતી રાજ વ્યવસ્થા અને મહિલાઓની ભૂમિકા સંદર્ભના અભ્યાસમાં બહુમતી (૫૯%) મહિલા ઉત્તરદાતાઓ તાલીમ કે પ્રશિક્ષણ શિબિરમાં સહભાગી

થયેલી જણાય હતી. તેઓએ નોધ્યું છે કે પંચાયતમાં સામેલ મહિલા સભ્યોને તાલીમમાં રાજનૈતિક શિક્ષણ, રાજકીય જાણકારી અને રાજકીય પ્રશિક્ષણ આપવામાં આવશે તો જ સભ્યો સક્રિય અને પ્રભાવી ભૂમિકા ભજવશે. આ અભ્યાસનું તારણ પ્રસ્તુત અભ્યાસના તારણને મળતા આવે છે.

આ માહિતી પરથી સ્પષ્ટ થાય છે કે બહુમતી ઉત્તરદાતાઓ તાલુકા પંચાયતની કામગીરીને લગતી તાલીમ કે પ્રશિક્ષણ શિબિરમાં હાજરી આપતા જણાયા હતા. કારણ કે તેઓને નવું શીખવાની જિજ્ઞાસા હોવાથી તેઓને સભ્ય તરીકે મળેલી ભૂમિકા ભજવવામાં સક્રિય રહી શકશે એવું સુચિત થાય છે. સમાજે જે અપેક્ષાઓ રાખી છે તે પૂર્ણ થવાની શકયતા રહેશે. જયારે કેટલાક ઉત્તરદાતાઓ તાલીમ કે પ્રશિક્ષણ શિબિરમાં હાજરી આપતા નથી. તેઓના જણાવ્યાનુસાર આવી તાલીમ ગામથી દુર તાલુકા કે જિલ્લા મથકે રાખવામાં આવતી હોય છે. વળી આવી શિબિરમાં બે દિવસનો સમય આપવો પડે છે. જે ઉત્તરદાતા ખેતી, પશુપાલન અને ખેતમજૂરીની કામગીરી કરી રહ્યા છે તેને માટે સમય કાઢીને શિબિરમાં જવું શકય બનતું નથી.

તાલુકા પંચાયતમાં સહભાગીપણાનું સ્વરૂપ :

પ્રસ્તુત સંશોધનમાં અભ્યાસ હેઠળના ઉત્તરદાતાઓમાં તાલુકા પંચાયતમાં સહભાગીતાને સક્રિયતા અને નિષ્ક્રિયતાના સ્વરૂપમાં તપાસવું અગત્યનું જણાતા તેને જ્ઞાતિ, શિક્ષણ, વયજૂથ અને સભ્યપદના અનુભવના સમયગાળાના સંદર્ભમાં નીચેના કોષ્ટક દ્વારા સમજવાનો પ્રયત્ન કર્યો છે.

સહભાગીપણાના સ્વરૂપનું જ્ઞાતિના સ્તર પ્રમાણે વર્ગીકરણ

		જ્ઞાતિનું સ્તર					
અ.નં.	સહભાગીપણાનું સ્વરૂપ	ઉચ્ચ જ્ઞાતિ	પછાત જ્ઞાતિ	અનુસૂચિત જનજાતિ	અનુસૂચિત જાતિ	અન્ય ધર્મી	કુલ
૧.	સક્રિય	૧૫ (૩૯.૪૭) (૧૪.૪૩)	૩૩ (૪૨.૮૫) (૩૧.૭૩)	૫૩ (૪૧.૭૩) (૫૦.૯૬)	૦૨ (૩૩.૩૪) (૧.૯૨)	૦૧ (૫૦) (૦.૯૬)	૧૦૪ (૪૧.૬૦) (૧૦૦)
૨.	નિષ્ક્રિય	૨૩ (૬૦.૫૩) (૧૫.૭૫)	૪૪ (૫૧.૧૫) (૩૦.૧૪)	૭૪ (૫૮.૨૭) (૫૦.૬૮)	૦૪ (૬૬.૬૭) (૨.૭૩)	૦૧ (૫૦) (૦.૯૬)	૧૪૬ (૫૮.૪૦) (૧૦૦)
	કુલ	**૩૮** **(૧૫.૨૦)** **(૧૦૦)**	**૭૭** **(૩૦.૮૦)** **(૧૦૦)**	**૧૨૭** **(૫૦.૮૦)** **(૧૦૦)**	**૬** **(૨.૪૦)** **(૧૦૦)**	**૨** **(૦.૮૦)** **(૧૦૦)**	**૨૫૦** **(૧૦૦)** **(૧૦૦)**

ઉપરોક્ત સંખ્યાત્મક માહિતી પરથી સ્પષ્ટ થાય છે કે ઉત્તરદાતાઓનું સહભાગીપણાનું સ્વરૂપ જ્ઞાતિના સ્તર મુજબ તપાસતાં જણાય છે કે બહુમતી આદિવાસી સભ્યો કામગીરી પ્રત્યે નિષ્ક્રિય છે. કારણ કે પંચાયતના કાર્યમાં અરૂચિ, રાજકીય પક્ષાપક્ષી, આર્થિક પછાતપણું વગેરે બાબતો જવાબદાર જણાય છે. આ અવલોકન મુજબ જો ઉત્તરદાતાઓને સભ્ય તરીકેની તાલીમ યોગ્ય સમય દરમ્યાન આપવામાં આવે તથા પોતાના સ્થાન પ્રત્યેની સભાનતા તથા તાલુકા પંચાયતની કામગીરી વિશે

સમજ આપવામાં આવશે તો તે અનુભવે તે સક્રિય કામગીરી કરશે. જયારે અભ્યાસ હેઠળના કેટલાક ઉચ્ચ જ્ઞાતિના સભ્યો પંચાયતની કામગીરી અને કાર્યો સક્રિય રીતે ભજવતાં જણાયા હતા. તેઓને જાહેરજીવનમાં રસ, આત્મવિશ્વાસ, જ્ઞાતિનું વર્ચસ્વ વગેરે પરિબળો જવાબદાર જણાયા હતા.

સહભાગીપણાનું સ્વરૂપનું શિક્ષણના સ્તર પ્રમાણે વર્ગીકરણ

		શિક્ષણનું સ્તર				
અ.નં.	સહભાગીપણાનું સ્વરૂપ	નિરક્ષર	પ્રાથમિક શિક્ષણ	માધ્યમિક શિક્ષણ	ઉચ્ચ શિક્ષણ	કુલ
૧.	સક્રિય	૧૫ (૧૫.૬૨) (૧૯.૪૮)	૨૭ (૪૩.૫૪) (૩૫.૦૬)	૨૫ (૩૯.૦૭) (૩૨.૪૭)	૧૦ (૩૫.૭૨) (૧૨.૯૯)	૭૭ (૩૦.૮૦) (૧૦૦)
૨.	નિષ્ક્રિય	૮૧ (૮૪.૩૮) (૪૬.૮૨)	૩૫ (૫૬.૪૬) (૨૦.૨૪)	૩૯ (૬૦.૯૩) (૨૨.૫૪)	૧૮ (૬૪.૨૮) (૧૦.૪૦)	૧૭૩ (૬૯.૨૦) (૧૦૦)
	કુલ	**૯૬ (૩૮.૪૦) (૧૦૦)**	**૬૨ (૨૪.૮૦) (૧૦૦)**	**૬૪ (૨૫.૬૦) (૧૦૦)**	**૨૮ (૧૧.૨૦) (૧૦૦)**	**૨૫૦ (૧૦૦) (૧૦૦)**

ઉપરોકત કોષ્ટકમાં સભ્યોની પંચાયતમાં કામગીરી વિશેના સહભાગીપણાનું સ્વરૂપ શિક્ષણના સંદર્ભમાં જોતાં જણાય છે કે ઉચ્ચ અને માધ્યમિક શિક્ષણ મેળવેલ સભ્યો સક્રિય કાર્યો કરે છે, જયારે નિરક્ષર તથા પ્રાથમિક શિક્ષણ મેળવેલ સભ્યોમાં અલ્પ સંખ્યાના ઉત્તરદાતાઓ સક્રિય જણાયા હતા.

તાલુકા પંચાયતના સભ્યોની કામગીરી એક સમાજશાસ્ત્રીય અભ્યાસ

સહભાગીપણાનું સ્વરૂપનું વયજૂથનાં સ્તર પ્રમાણે વર્ગીકરણ

		વયજૂથનું સ્તર				
અ.નં.	સહભાગીપણાનું	યુવાન	મધ્યમ	પ્રૌઢ	વૃદ્ધ	કુલ
૧.	સક્રિય	૦૯ (૨૧.૪૨) (૯.૭૮)	૩૬ (૩૯.૧૪) (૩૯.૧૪)	૪૩ (૪૧.૭૫) (૪૬.૭૪)	૪ (૩૦.૭૬) (૪.૩૪)	૯૨ (૩૬.૮૦) (૧૦૦)
૨.	નિષ્ક્રિય	૩૩ (૭૮.૫૮) (૨૦.૮૮)	૫૬ (૬૦.૮૬) (૩૫.૪૫)	૬૦ (૫૮.૨૫) (૩૭.૯૮)	૦૯ (૬૯.૨૪) (૫.૬૯)	૧૫૮ (૬૩.૨૦) (૧૦૦)
	કુલ	**૪૨** **(૧૬.૮૦)** **(૧૦૦)**	**૯૨** **(૩૬.૮૦)** **(૧૦૦)**	**૧૦૩** **(૪૧.૨૦)** **(૧૦૦)**	**૧૩** **(૫.૨૦)** **(૧૦૦)**	**૨૫૦** **(૧૦૦)** **(૧૦૦)**

ઉપરોકત માહિતીમાં સહભાગીપણાનું સ્વરૂપ ઉત્તરદાતાઓના વયજૂથના સ્તર પ્રમાણે વર્ગીકરણ કરતાં જણાય છે કે મધ્યમ અને પ્રૌઢ વયજુથ ધરાવતા બહુમતી ઉત્તરદાતાઓ તાલુકા પંચાયતની કામગીરી સક્રિય રીતે કરતાં જણાયા હતા, જયારે યુવાન અને વૃદ્ધ સભ્યોમાં સક્રિયતાનું પ્રમાણ ઓછું છે. કારણ કે યુવાન સભ્યોમાં અનુભવનો અભાવ અને વૃદ્ધ સભ્યોને શારીરિક માનસિક નબળાઇ જેવી બાબતો જવાબદાર જણાઇ હતી.

તાલુકા પંચાયતના સભ્યોની કામગીરી એક સમાજશાસ્ત્રીય અભ્યાસ

સહભાગીપણાના સ્વરૂપનું સભ્યપદના અનુભવના સમયગાળાના આધારે

વર્ગીકરણ

		સભ્યોના અનુભવનો સમયગાળો				
અ.નં.	**સહભાગીપણાનું**	**૦ થી ૧ વર્ષ**	**૧ થી ૨ વર્ષ**	**૨ થી ૩ વર્ષ**	**૩ થી વધારે વર્ષ**	**કુલ**
૧.	સક્રિય	૧૮ (૧૮.૩૬) (૨૨.૫૦)	૨૧ (૩૨.૩૦) (૨૬.૨૫)	૨૫ (૪૯.૦૨) (૩૧.૨૫)	૧૬ (૪૪.૪૫) (૨૦)	૮૦ (૩૨) (૧૦૦)
૨.	નિષ્ક્રિય	૮૦ (૮૧.૬૪) (૪૭.૦૫)	૪૪ (૬૭.૭૦) (૨૫.૮૮)	૨૬ (૫૦.૯૮) (૧૫.૩૦)	૨૦ (૫૫.૫૫) (૧૧.૭૭)	૧૭૦ (૬૮) (૧૦૦)
	કુલ	**૯૮** **(૩૯.૨૦)** **(૧૦૦)**	**૬૫** **(૨૬)** **(૧૦૦)**	**૫૧** **(૨૦.૪૦)** **(૧૦૦)**	**૩૬** **(૧૪.૪૦)** **(૧૦૦)**	**૨૫૦** **(૧૦૦)** **(૧૦૦)**

ઉપર્યુકત કોષ્ટકમાં અભ્યાસ હેઠળના સભ્યોના સહભાગિતાનું સ્વરૂપ સભ્યોના અનુભવના સમયગાળાના સંદર્ભમાં તપાસતા જણાય છે કે ત્રણ વર્ષ કે તેથી વધુ વર્ષનો અનુભવ ધરાવતા ધ્યાનપાત્ર ઉત્તરદાતાઓ સક્રિય કામગીરી કરતા જણાયા હતા, જયારે ૦ થી ૨ વર્ષનો અનુભવ ધરાવતા ખૂબ અલ્પ પ્રમાણમાં સભ્યો તાલુકા પંચાયતની કામગીરી સક્રિય રીતે ભજવતાં જણાયા હતા.

સભ્યપદની ભૂમિકાની જાણકારી :

અભ્યાસ હેઠળના ઉત્તરદાતાઓ સભ્યપદ પ્રાપ્ત કર્યા બાદ તે પદ સાથે સંકળાયેલ કાર્યો કરવા અથવા તે મુજબની ફરજો અદા કરવી તેને સમાજશાસ્ત્રમાં ભૂમિકા તરીકે ઓળખવામાં આવે છે. સભ્યપદની ભૂમિકા જે પુરુષ અને મહિલાઓને પ્રાપ્ત થઇ છે તે ભૂમિકા અંગે જાણકારી ધરાવે છે કેમ ? કારણ કે જેમ વ્યકિત પોતાની ભૂમિકાથી જાગૃત તેમ તે ક્ષેત્રમાં યોગ્ય અને અસરકારક કામગીરી કરી શકે છે. ઉત્તરદાતાઓને ગ્રામીણ સમાજમાં સત્તા સ્થાન પ્રાપ્ત થયું છે જે નવું ક્ષેત્ર છે. આથી તે સભ્યપદની ભૂમિકા કેવી રીતે ભજવશે અને તેની સાથે સંકળાયેલા વિવિધ પરિબળો પણ જાણવા જરૂરી હોવાથી તેને નીચે દ્વારા જ્ઞાતિ, શિક્ષણ અને સભ્યપદના અનુભવના સમયગાળાના સંદર્ભમાં તપાસવામાં આવેલ છે. ઓળખવામાં આવે છે. સભ્યપદની ભૂમિકા જે પુરુષ અને મહિલાઓને પ્રાપ્ત થઇ છે તે ભૂમિકા અંગે જાણકારી ધરાવે છે કેમ ? કારણ કે જેમ વ્યકિત પોતાની ભૂમિકાથી જાગૃત તેમ તે ક્ષેત્રમાં યોગ્ય અને અસરકારક કામગીરી કરી શકે છે. ઉત્તરદાતાઓને ગ્રામીણ સમાજમાં સત્તા સ્થાન પ્રાપ્ત થયું છે જે નવું ક્ષેત્ર છે. આથી તે સભ્યપદની ભૂમિકા કેવી રીતે ભજવશે અને તેની સાથે સંકળાયેલા વિવિધ પરિબળો પણ જાણવા જરૂરી હોવાથી તેને નીચે દ્વારા જ્ઞાતિ, શિક્ષણ અને સભ્યપદના અનુભવના સમયગાળાના સંદર્ભમાં તપાસવામાં આવેલ છે.

તાલુકા પંચાયતના સભ્યોની કામગીરી એક સમાજશાસ્ત્રીય અભ્યાસ

ભૂમિકાની જાણકારીનું જ્ઞાતિના સ્તર પ્રમાણે વર્ગીકરણ

		જ્ઞાતિનું સ્તર					
અ.નં.	ભૂમિકાની જાણકારી ધરાવે છે.	ઉચ્ચ જ્ઞાતિ	પછાત જ્ઞાતિ	અનુસૂચિત જનજાતિ	અનુસૂચિત જાતિ	અન્ય ધર્મી	કુલ
૧.	હા	૧૮ (૪૩.૩૬) (૧૬.૩૬)	૩૦ (૩૮.૯૬) (૨૭.૨૮)	૫૯ (૪૬.૪૫) (૫૩.૬૪)	૨૧ (૩૩.૩૪) (૧.૮૨)	૦૧ (૫૦) (૦૯૦)	૧૧૦ (૪૪) (૧૦૦)
૨.	ના	૨૦ (૫૬.૬૪) (૧૪.૨૮)	૪૭ (૬૧.૦૪) (૩૩.૫૮)	૬૮ (૫૩.૫૫) (૪૮.૫૮)	૪ (૬૬.૬૬) (૨.૮૫)	૧ (૫૦) (૦૭૧)	૧૪૦ (૫૬) (૧૦૦)
	કુલ	**૩૮** **(૧૫.૨૦)** **(૧૦૦)**	**૭૭** **(૩૦.૮૦)** **(૧૦૦)**	**૧૨૭** **(૫૦.૮૦)** **(૧૦૦)**	**૦૬** **(૨.૪૦)** **(૧૦૦)**	**૦૨** **(૦૮૦)** **(૧૦૦)**	**૨૫૦** **(૧૦૦)** **(૧૦૦)**

ઉપરોકત કોષ્ટકમાં સભ્યોની ભૂમિકાની જાણકારી જ્ઞાતિના સ્તર પ્રમાણે તપાસતા જણાયું હતું કે અનુસૂચિત જનજાતિ, પછાત જ્ઞાતિના કેટલાક (૩૬%) ઉત્તરદાતાઓ સભ્યની ભૂમિકાની જાણકારી ધરાવે છે. તેનું કારણ કે રસ, શિક્ષિત, કંઇક કરવાની ભાવના આ ક્ષેત્રે અનુભવ વગેરે પરિબળોને પરિણામે જે આ ક્ષેત્રે કાર્યરત હોવાનું સુચવે છે. જયારે ઉચ્ચ જ્ઞાતિ અને અનુસૂચિત જ્ઞાતિના અલ્પ પ્રમાણમાં ઉત્તરદાતાઓ ભૂમિકાની જાણકારી ધરાવે

છે. જે તેઓની આ ક્ષેત્રના કાર્યમાં અરૂચી અને બિનકાર્યક્ષમતા સૂચિત કરે છે.

સભ્યોની ભૂમિકાની જાણકારીનું શિક્ષણના સ્તર પ્રમાણે વર્ગીકરણ

		શિક્ષણનું સ્તર				
અ.નં.	ભૂમિકાની જાણકારી ધરાવે છે.	નિરક્ષર	પ્રાથમિક શિક્ષણ	માધ્યમિક શિક્ષણ	ઉચ્ચ શિક્ષણ	કુલ
૧.	હા	૩૪ (૩૫.૪૨) (૩૬.૧૮)	૧૮ (૨૯.૦૩) (૧૯.૧૫)	૩૦ (૪૬.૮૭) (૩૦.૯૨)	૧૨ (૪૨.૮૫) (૧૨.૭૬)	૯૪ (૩૭.૬૦) (૧૦૦)
૨.	ના	૬૨ (૬૪.૫૮) (૩૪.૬૧)	૪૪ (૭૦.૯૭) (૨૮.૨૦)	૩૪ (૫૩.૧૩) (૨૭.૮૦)	૧૬ (૫૭.૧૫) (૧૦.૨૫)	૧૫૬ (૬૨.૪૦) (૧૦૦)
	કુલ	**૯૬** **(૩૮.૪૦)** **(૧૦૦)**	**૬૨** **(૨૪.૮૦)** **(૧૦૦)**	**૬૪** **(૨૫.૬૦)** **(૧૦૦)**	**૨૮** **(૧૧.૨૦)** **(૧૦૦)**	**૨૫૦** **(૧૦૦)** **(૧૦૦)**

જાણકારીનું વર્ગીકરણ કરતાં સ્પષ્ટ જણાય છે કે ઉચ્ચ શિક્ષણ અને માધ્યમિક શિક્ષણ પ્રાપ્ત કરેલ સભ્યો તાલુકા પંચાયતની યોજનાઓનો લાભ કોને આપવો જોઇએ, કોરમ, ઠરાવ જેવી મુખ્ય કામગીરી સક્રિય રીતે કરતા જણાયા હતા, જયારે નિરક્ષર સભ્યો પંચાયતની કામગીરી મહંદઅંશે જાણકારી ધરાવતા જણાયા હતા.

સભ્યોની ભૂમિકાની જાણકારીનું સભ્યપદના અનુભવના સમયગાળાના આધારે

વર્ગીકરણ

સભ્યોના અનુભવનો સમયગાળો						
અ.નં.	ભૂમિકાની જાણકારી ધરાવે છે.	૦ થી ૧ વર્ષ	૧ થી ૨ વર્ષ	૨ થી ૩ વર્ષ	૩થી વધારે વર્ષ	કુલ
૧.	હા	૨૩ (૨૩.૪૬) (૨૪.૭૪)	૩૧ (૪૭.૭૦) (૩૩.૩૪)	૨૨ (૪૩.૧૪) (૨૩.૬૫)	૧૭ (૪૭.૨૨) (૧૮.૨૮)	૯૩ (૩૭.૨૦) (૧૦૦)
૨.	ના	૭૫ (૭૬.૫૪) (૪૭.૭૭)	૩૪ (૫૨.૩૦) (૨૧.૬૫)	૨૯ (૫૬.૮૬) (૧૮.૪૮)	૧૯ (૫૨.૭૮) (૧૨.૧૦)	૧૫૭ (૬૨.૮૦) (૧૦૦)
	કુલ	૯૮ (૩૯.૨૦) (૧૦૦)	૬૫ (૨૬) (૧૦૦)	૫૧ (૨૦.૪૦) (૧૦૦)	૩૬ (૧૪.૪૦) (૧૦૦)	૨૫૦ (૧૦૦) (૧૦૦)

ઉપર્યુકત માહિતી પરથી ઉત્તરદાતાઓની ભૂમિકાની જાણકારીનું સભ્યોના અનુભવના સમયગાળા મુજબ તપાસતાં જણાય છે કે ૩ કે તેથી વધુ વર્ષનો અનુભવ ધરાવનાર સભ્યો ભૂમિકાની જાણકારી ધરાવતા હતા, જયારે ૦ થી ૧ વર્ષનો અનુભવ ધરાવતા ઉત્તરદાતાઓ ભૂમિકાની જાણકારી ધરાવતા નથી. આના પરથી ફલિત થાય છે કે સભ્યોની કામગીરીનો અનુભવ વધારે તેમ તાલુકા પંચાયતમાં સભ્ય તરીકેની ભૂમિકાની

જાણકારી સવિશેષ ધરાવે છે.

તાલુકા પંચાયતમાં પુરૂષ સભ્યોનો મહિલા સભ્યો સાથેનો વ્યવહાર :

તાલુકા પંચાયતમાં મહિલા સભ્યોની સાથે કેટલાક પુરુષ સભ્યો પણ સંકળાયેલા છે. તે સભ્યપદની ભૂમિકા સમુચ્ચયમાં આવેલા છે. તેનો વ્યવહાર મહિલાઓ સાથે કેવો છે.

તાલુકા પંચાયતમાં પુરૂષ સભ્યોનો મહિલા સભ્યો સાથેનો **વ્યવહાર**

દર્શાવતું કોષ્ટક

અ.નં.	તાલુકા પંચાયતમાં પુરૂષ સભ્યોનો **મહિલા સભ્યો સાથે વ્યવહાર**	સંખ્યા	**ટકા**
૧.	સહકારભર્યા	૧૬૩	૬૫.૨૦%
૨.	સંઘર્ષભર્યા	૬૭	૨૬.૮૦%
૩.	સ્પર્ધાત્મક	૨૦	૦૮.૦૦%
	કુલ	**૨૫૦**	**૧૦૦%**

ઉપરોકત કોષ્ટકના વિશ્લેષણ પરથી જણાય છે કે બહુમતી (૬૫%) ઉત્તરદાતાઓ પુરૂષ

સભ્યો છે, જયારે ૩૫% ઉત્તરદાતાઓ મહિલા સભ્યો છે. તેમાંથી ૨૬% મહિલાઓના મતે પંચાયતમાં પુરૂષ સભ્યો પંચાયતના કામ સંબંધી બાબત તેમની સાથે સંઘર્ષમાં આવે છે. તેઓ સ્ત્રીઓના હાથ નીચે કામ કરવામાં માનસિક રીતે તૈયાર હોતા નથી. આજ બાબત **ડૉ. હર્ષિદા પંડિતે** નોઘ્યું છે કે પુરૂષના સામાજીકરણમાં તેને આક્રમક બનવાનું, મહત્વકાંક્ષા સેવવાનું

અને પ્રભુત્વ પ્રાપ્ત કરવાનું શીખવવામાં આવે છે. આવા

સામાજીકરણને પરિણામે તેમનો સ્ત્રીઓ સાથેનો વ્યવહાર સ્પર્ધાત્મક અને સંઘર્ષભર્યો બની રહે છે. આવી પરિસ્થિતિ સ્ત્રીઓ માટે ભૂમિકા ભજવણીમાં અવરોધક બને છે.

અહીં જોઇ શકાય છે કે નિરક્ષર મહિલા સભ્યોની સરખામણીમાં શિક્ષિત મહિલાઓ સાથે તાલુકા પંચાયતના પુરૂષ સભ્યો સહકારભર્યા વ્યવહાર રાખે છે, જયારે માત્ર સહી કરી શકતી મહિલા સભ્યો સાથેનો પુરૂષોનો વ્યવહાર કંઇક અંશે સંઘર્ષભર્યા તેમજ સ્પર્ધાત્મક હોવાનું જોવા મળે છે.

તાલુકા પંચાયતની કાર્યવાહીની બાબતો અને પદ્ધતિ અંગેની જાણકારી :

તાલુકા પંચાયતમાં સહભાગી થયેલા ઉત્તરદાતાઓ પંચાયતની કાર્યવાહીની વિવિધ બાબતો જેવી કે મિટીંગ બોલાવવી, એજન્ડા નકકી કરવા, ઠરાવો કરવા, કોરમ થવું, ગ્રામીણ વિસ્તારમાં વિકાસના કાર્યો પંચાયતના વિવિધ સભ્યો સંભાળે માટે વિવિધ સમિતિઓ બનાવવી અને પચાંયતના સભ્યોને તે અંગેની જવાબદારી સોંપવી, વર્ષમાં કેટલી વખત મિટીંગ બોલાવવી અને તેની મુખ્ય ચર્ચા વિશે, પંચાયતના બજેટ વિશે, પંચાયતમાં આવક વધે તેવા સ્ત્રોતો ઉભા કરવાના આયોજનને લગતી બાબત માટે સભ્યપદની યોગ્ય ભૂમિકા ભજવવી.

તાલુકા પંચાયતની કાર્યવાહી અને પદ્ધતિની જાણકારીનું શિક્ષણના સ્તર પ્રમાણે વર્ગીકરણ શિક્ષણનું

		સ્તર				
અ.નં.	પંચાયતની કાર્યવાહી ની જાણકારી	નિરક્ષર	પ્રાથમિક શિક્ષણ	માધ્યમિક શિક્ષણ	ઉચ્ચ શિક્ષણ	કુલ
૧.	જાણકારી ધરાવે છે.	૨૦ (૨૦.૮૩) (૧૭.૦૯)	૩૫ (૫૬.૪૫) (૨૯.૯૨)	૪૧ (૬૪.૦૬) (૩૫.૦૪)	૨૧ (૭૫) (૧૭.૯૪)	૧૧૭ (૪૬.૮૦) (૧૦૦)
૨.	જાણકારી ધરાવતા નથી	૭૬ (૭૯.૧૬) (૫૭.૧૪)	૨૭ (૪૩.૫૫) (૨૦.૩૦)	૨૩ (૩૫.૯૪) (૧૭.૨૯)	૦૭ (૨૫) (૫.૨૭)	૧૩૩ (૫૩.૨૦) (૧૦૦)
	કુલ	**૯૬** **(૩૮.૪૦)** **(૧૦૦)**	**૬૨** **(૨૪.૮૦)** **(૧૦૦)**	**૬૪** **(૨૫.૬૦)** **(૧૦૦)**	**૨૮** **(૧૧.૨૦)** **(૧૦૦)**	**૨૫૦** **(૧૦૦)** **(૧૦૦)**

ઉપરોકત સંખ્યાત્મક માહિતી પરથી તાલુકા પંચાયતની કાર્યવાહી અને પદ્ધતિની જાણકારીને શિક્ષણના સંદર્ભમાં જોતા ખ્યાલ આવે છે કે પ્રાથમિક શિક્ષણ, માધ્યમિક શિક્ષણ અને ઉચ્ચ શિક્ષણ મેળવેલ ૪૦% ઉત્તરદાતાઓ સભ્યોની તાલુકા પંચાયતની કાર્યવાહી અને પદ્ધતિની જાણકારી ધરાવે છે, જયારે નિરક્ષર ઉત્તરદાતાઓ ખૂબ ઓછા પ્રમાણમાં પંચાયતની કાર્યવાહી અને પદ્ધતિની જાણકારી ધરાવતા જણાયા હતા. જે ઉચ્ચ શિક્ષણ અને પંચાયતની કાર્યવાહીનો સંબંધ જોવા મળે છે.

તાલુકા પંચાયતની કાર્યવાહી અને પદ્ધતિની જાણકારીનું જ્ઞાતિના સ્તર

પ્રમાણે વર્ગીકરણ

		જ્ઞાતિનું સ્તર					
અ.નં.	**પંચાયતની કાર્યવાહીની જાણકારી છે.**	**ઉચ્ચ જ્ઞાતિ**	**પછાત જ્ઞાતિ**	**અનુસૂચિત જનજાતિ**	**અનુસૂચિત જાતિ**	**અન્ય ધર્મી**	**કુલ**
૧.	જાણકારી ધરાવે છે.	૧૩ (૩૪.૨૨) (૧૨.૨૬)	૨૯ (૩૭.૬૬) (૨૭.૩૬)	૬૦ (૪૭.૨૫) (૫૬.૬૦)	૦૩ (૫૦) (૨.૮૪)	૦૧ (૫૦) (૦૯૪)	૧૦૬ (૪૨.૪૦) (૧૦૦)
૨.	જાણકારી ધરાવતા નથી	૨૫ (૬૫.૭૮) (૧૭.૩૬)	૪૮ (૬૨.૩૪) (૩૩.૩૫)	૬૭ (૫૨.૭૫) (૪૬.૫૨)	૦૩ (૫૦) (૨.૦૮)	૦૧ (૫૦) (૦.૬૯)	૧૪૪ (૫૭.૬૦) (૧૦૦)
	કુલ	**૩૮** **(૧૫.૨૦)** **(૧૦૦)**	**૭૭** **(૩૦.૮૦)** **(૧૦૦)**	**૧૨૭** **(૫૦.૮૦)** **(૧૦૦)**	**૦૬** **(૨.૪૦)** **(૧૦૦)**	**૦૨** **(૦૮૦)** **(૧૦૦)**	**૨૫૦** **(૧૦૦)** **(૧૦૦)**

ઉપરોકત કોષ્ટકમાં જ્ઞાતિના સંદર્ભમાં ઉત્તરદાતાઓ તાલુકા પંચાયતની કાર્યવાહી અને પદ્ધતિની જાણકારીનું વર્ગીકરણ કરતાં સ્પષ્ટ થાય છે. અભ્યાસ હેઠળના બહુમતી આદિવાસી જાતિના સભ્યો કાર્યવાહી અને પદ્ધતિઓની જાણકારી ધરાવતા ન હતા. જે તેઓને તાલુકા પંચાયતના ક્ષેત્રે બિનકાર્યક્ષમતા બતાવે છે. જયારે ઉચ્ચ જ્ઞાતિના કેટલાક સભ્યો પંચાયતની કાર્યવાહી અને પદ્ધતિની જાણકારી ધરાવતા હતા. તેઓ સક્રિય છે તેવું સુચિત થાય છે.

તાલુકા પંચાયતની કાર્યવાહી અને પદ્ધતિની જાણકારીનું સભ્યપદના અનુભવના

સમયગાળા પ્રમાણે વર્ગીકરણ

		સભ્યોના અનુભવનો સમયગાળો				
અ.નં.	પંચાયતની કાર્યવાહી **ની જાણકારી**	**૦ થી ૧** વર્ષ	**૧ થી ૨** વર્ષ	**૨ થી ૩** વર્ષ	**૩ થી** વધારે વર્ષ	**કુલ**
૧.	જાણકારી ધરાવે છે.	૩૧ (૩૧.૬૪) (૨૬.૦૫)	૩૪ (૫૨.૩૦) (૨૮.૫૮)	૩૧ (૬૦.૭૮) (૨૬.૦૫)	૨૩ (૬૩.૮૮) (૧૯.૩૨)	૧૧૯ (૪૭.૬૦) (૧૦૦)
૨.	જાણકારી ધરાવતા નથી	૬૭ (૬૮.૩૬) (૫૧.૧૪)	૩૧ (૪૭.૭૦) (૨૩.૬૭)	૨૦ (૩૯.૨૨) (૧૫.૨૭)	૧૩ (૩૬.૧૨) (૯.૯૨)	૧૩૧ (૫૨.૪૦) (૧૦૦)
	કુલ	**૯૮** **(૩૯.૨૦)** **(૧૦૦)**	**૬૫** **(૨૬)** **(૧૦૦)**	**૫૧** **(૨૦.૪૦)** **(૧૦૦)**	**૩૬** **(૧૪.૪૦)** **(૧૦૦)**	**૨૫૦** **(૧૦૦)** **(૧૦૦)**

ઉપર્યુક્ત કોષ્ટકમાં તાલુકા પંચાયતમાં કાર્યવાહી અને પદ્ધતિની જાણકારી અંગે સભ્યોના અનુભવના સંદર્ભમાં પ્રશ્ન પૂછતાં ૩ કે તેથી વધુ વર્ષનો અનુભવ ધરાવતા ઉત્તરદાતાઓ ઉપરોકત પ્રશ્નનો જવાબ 'હા' માં આપ્યો હતો, જયારે ૦ થી ૧ વર્ષનો અનુભવ ધરાવતા ઉત્તરદાતાઓએ ઉપરોકત પ્રશ્નનો જવાબ 'ના' આપ્યો હતો.

તાલુકા પંચાયતમાં આવકના સાધનો કયા કયા છે :

તાલુકા પંચાયતના આવકના સાધનો મુખ્યત્વે સરકારી ગ્રાન્ટ, સ્થાનિક કરવેરા, લોકફાળો વગેરે મુખ્ય આવકના સાધનો છે તે વિશેની અભ્યાસ હેઠળનાં ઉત્તરદાતાઓ જાણકારી ધરાવે છે કે કેમ ? તે જાણવું પ્રસ્તુત અભ્યાસમાં ખૂબ જ જરૂરી હોવાથી અહીં જાણવાનો પ્રયત્ન કર્યો છે.

કોષ્ટક નંબર ૫.૧૬

તાલુકા પંચાયતમાં આવકના સાધનોની જાણકારી દર્શાવતું વર્ગીકરણ

અ.નં.	આવકના સાધનો	સંખ્યા	ટકા
૧.	સરકારી નાણાંકીય સહાય	૧૦૨	૪૦.૮૦%
૨.	વિવિધ કરવેરાની વસુલાત કરવી	૭૦	૨૮.૦૦%
૩.	ગૌચર જમીનના નાણાંકીય ઉપયોગ દ્વારા	૪૭	૧૮.૮૦%
૪.	વૃક્ષોની હરાજી કરવી	૩૧	૧૨.૪૦%
	કુલ	૨૫૦	૧૦૦%

ઉપરોકત કોષ્ટકના વિશ્લેષણ પરથી જણાય છે કે અભ્યાસ હેઠળના ૪૦.૮૦% ઉત્તરદાતાઓ સરકારી નાણાંકીય સહાયની આવક અને ૨૮% ઉત્તરદાતાઓ વિવિધ કરવેરામાંથી થતી આવક તથા ૧૮.૮૦% ઉત્તરદાતાઓ ગૌચર જમીનમાંથી થતી આવક તેમજ ૧૨.૪૦% ઉત્તરદાતાઓ વૃક્ષોની હરાજીમાંથી થતી આવક વિશે જાણકારી ધરાવતા જણાયા હતા.

આ આંકડાકીય માહિતી પરથી કહી શકાય કે અભ્યાસ હેઠળના ઉત્તરદાતાઓ તાલુકા પંચાયતના આવકના સાધનો વિશેની જાણકારી ધરાવે છે. પરંતુ અભ્યાસ હેઠળની તાલુકા પંચાયત સ્વતંત્ર રીતે કોઈ આવકના સ્ત્રોત ઉભા કરી શકયા નથી. આમ તાલુકા પંચાયતની આવક એ ગ્રામીણ વિસ્તારનો વિકાસ કરવામાં મહત્વની પુરવાર થાય છે.

ઉત્તરદાતાઓના મુખ્ય કાર્યો કયા કયા છે ?

ઉત્તરદાતાઓ સભ્યપદ પ્રાપ્ત કર્યા પછી ગ્રામીણ વિસ્તારના લોકોનો વિકાસ થાય તેવો પ્રયાસ કરે છે કેમ ? અને વિકાસના કેવા કાર્યો છે તે અંગેની તેમને જાણકારી છે કે નહિ તે અહીં તપાસવાનો પ્રયાસ કર્યો છે.

અ.નં.	કાર્યો વિશેની જાણકારી	સંખ્યા	ટકા
૧.	શિક્ષણની સુવિધાઓ વધારવી જોઇએ.	૬૫	૨૬%
૨.	ગ્રામીણ વિસ્તારના લોકોને રોજગારી પૂરી પાડવી	૫૮	૨૩.૨૦%
૩.	આરોગ્યની સુવિધા વધારવી જોઇએ	૪૮	૧૯.૨૦%
૪.	પછાતવર્ગના લોકોના કલ્યાણ માટે પ્રયાસ કરવા	૪૧	૧૬.૪૦%
૫.	રાષ્ટ્રનું ઘડતર અને વિકાસ કરવો જોઇએ	૩૮	૧૫.૨૦%
	કુલ	**૨૫૦**	**૧૦૦%**

ઉપરોકત માહિતી પરથી જણાય છે કે અભ્યાસ હેઠળના મોટાભાગના ઉત્તરદાતાઓ તેમના કાર્યો કયાં કયાં છે તે વિશેની જાણકારી ધરાવે છે. જેવા કે તાલુકા પંચાયતમાં ગ્રામીણ વિસ્તારના લોકોને રોજગારી પૂરી પાડવી જોઇએ. રાષ્ટ્રના ઘડતર

અને વિકાસમાં ફાળો આપવો જોઇએ. શૈક્ષણિક આરોગ્ય, સુવિધાઓ વધારવા માટેના પ્રયાસો કરવા જોઇએ. આ બધા પરિબળો સભ્ય તરીકેની ભૂમિકા ભજવવામાં સહાયક થતા જણાય છે. સભ્યોએ તાલુકા પંચાયતના વિવિધ અંગોમાં સામંજસ્ય સ્થાપિત કરે છે. આ વિવિધ અંગોમાં મતભેદ ઉત્પન્ન થાય છે ત્યારે સભ્યો જે એમનો ઉકેલ લાવે છે તથા સમાજમાં સહયોગપૂર્ણ વાતાવરણ તૈયાર કરે છે તેમજ તાલુકા પંચાયત અને લોકો વચ્ચેના સંબંધમાં કડીરૂપ કાર્ય કરે છે.

પ્રસ્તુત અભ્યાસમાં બહુમતી ઉત્તરદાતાઓના જણાવ્યાનુસાર ગ્રામીણ અને આદિવાસી વિસ્તારના વિકાસના આયોજન મુજબ સરકારમાંથી ભંડોળ પૂરતા પ્રમાણમાં મળતું નથી. તેથી ઈચ્છિત વિકાસમાં વિઘ્ન ઉભું થાય છે. આથી સભ્યો તાલુકા પંચાયતની કામગીરી યોગ્ય રીતે કરી શકતા નથી.

સમાપન :

પ્રસ્તુત પ્રકરણમાં અભ્યાસ હેઠળના ઉત્તરદાતાઓની કામગીરી અને સમસ્યાઓ સાથે સંકળાયેલ વિવિધ પાસાંઓની વિશ્લેષણાત્મક માહિતી રજૂ કરવાનો પ્રયત્ન કર્યો છે. જેમાં ખાસ કરીને સભ્યપદમાં જોડાવા પાછળનાં મુખ્ય પરિબળો, રાજકીય પક્ષોનો ટેકો, સહકાર, સભ્યોની કામગીરીનો સમયગાળો, ચૂંટાવાની તરાહ, સહભાગીપણાનું સ્વરૂપ, સભ્યોની ભૂમિકા, ગ્રામીણ વિસ્તારની પ્રશ્નોની જાણકારી અને સામાજિક સ્થાન, ગ્રામીણ વિસ્તારના લોકોની સમસ્યાઓ વગેરે બાબતો અંગે અભ્યાસ હેઠળના ઉત્તરદાતાઓના કાર્યો તેમજ તે અંગેના મંતવ્યો અને આ ક્ષેત્રોમાં રસ સક્રિયતાનું વર્ગીકરણ અને અર્થઘટન સરળ કોષ્ટકો દ્વારા રજૂ કરવાનો પ્રયત્ન કર્યો છે. આ સમગ્ર અર્થઘટનાત્મક સમજૂતીને આધારે પ્રસ્તુત અભ્યાસમાં કેટલાક મહત્વના નિષ્કર્ષો ફલિત થયા છે.